ੴ

This Book Belongs to

CHAR SAHIBZADE

ਚਾਰ ਸਾਹਿਬਜ਼ਾਦੇ

The four great sons of Dashmesh Pita Sri Guru Gobind Singh Ji are called 'Char Sahibzada'. Baba Ajit Singh, the eldest son of Sachey Patshah, was born at Paonta Sahib on 22 Vaisakh Sammat 1743 Bk from the womb of Mata Sundari. When Dasam Patshah came to Paunta Sahib after winning the battle of Bhangani, then Sahibzada was born. He was very brave, courageous and strong. He used to recite Gurbani every day as per the rules. He received training in fencing, archery, and horsemanship. The elder Sahibzada also used to play Gatka and sword fighting games every evening. Under the umbrella of Guru Pita, he was full of valor, love of Gurbani, walking in the teachings of Satgurus, and helping the oppressed against fighting oppression.

ਦਸ਼ਮੇਸ਼ ਪਿਤਾ ਸ੍ਰੀ ਗੁਰੂ ਗੋਬਿੰਦ ਸਿੰਘ ਜੀ ਦੇ ਚਾਰ ਮਹਾਨ ਸਪੁੱਤਰਾਂ ਨੂੰ 'ਚਾਰ ਸਾਹਿਬਜ਼ਾਦੇ' ਕਿਹਾ ਜਾਂਦਾ ਹੈ। ਸੱਚੇ ਪਾਤਸ਼ਾਹ ਦੇ ਵੱਡੇ ਸਾਹਿਬਜ਼ਾਦੇ ਬਾਬਾ ਅਜੀਤ ਸਿੰਘ ਜੀ ਦਾ ਜਨਮ ਪਾਉਂਟਾ ਸਾਹਿਬ ਵਿਖੇ ਮਾਤਾ ਸੁੰਦਰੀ ਜੀ ਦੀ ਕੁੱਖ ਤੋਂ 22 ਵੈਸਾਖ ਸੰਮਤ 1743 ਬਿਕ੍ਰਮੀ ਨੂੰ ਹੋਇਆ। ਕਹਿੰਦੇ ਜਦ ਦਸਮ ਪਾਤਸ਼ਾਹ ਭੰਗਾਣੀ ਦਾ ਯੁੱਧ ਫਤਹਿ ਕਰਕੇ ਪਾਉਂਟਾ ਸਾਹਿਬ ਆਏ, ਤਦ ਸਾਹਿਬਜ਼ਾਦੇ ਦਾ ਜਨਮ ਹੋਇਆ। ਆਪ ਜੀ ਬੜੇ ਸੁਰਮੇ, ਦਲੇਰ ਤੇ ਬਲਵਾਨ ਸਨ। ਆਪ ਜੀ ਹਰ ਰੋਜ਼ ਨੇਮ ਅਨੁਸਾਰ ਗੁਰਬਾਣੀ ਦਾ ਪਾਠ ਕਰਦੇ। ਆਪ ਜੀ ਨੇ ਤਲਵਾਰਬਾਜ਼ੀ, ਤੀਰ ਅੰਦਾਜ਼ੀ ਤੇ ਘੋੜਸਵਾਰੀ ਦੀ ਸਿਖਲਾਈ ਪ੍ਰਾਪਤ ਕੀਤੀ। ਵੱਡੇ ਸਾਹਿਬਜ਼ਾਦੇ ਹਰ ਰੋਜ਼ ਸ਼ਾਮ ਨੂੰ ਗਤਕੇ ਤੇ ਤਲਵਾਰ ਚਲਾਉਣ ਦੀਆਂ ਜੰਗੀ ਖੇਡਾਂ ਵੀ ਖੇਡਦੇ। ਗੁਰੂ ਪਿਤਾ ਦੀ ਛੱਤਰ-ਛਾਇਆ ਹੇਠ ਉਨ੍ਹਾਂ ਅੰਦਰ ਸੂਰਮਤਾਈ ਕੁੱਟ-ਕੁੱਟ ਕੇ ਭਰੀ ਹੋਈ ਸੀ, ਗੁਰਬਾਣੀ ਨਾਲ ਪ੍ਰੇਮ, ਸਤਿਗੁਰਾਂ ਦੀ ਸਿਖਿਆ ਤੇ ਤੁਰਨਾ, ਤੇ ਜ਼ਬਰ-ਜ਼ੁਲਮ ਖਿਲਾਫ਼ ਲੜਨਾ ਤੇ ਮਜ਼ਲੂਮਾਂ ਦੀ ਸਹਾਇਤਾ ਕਰਨਾ ਛੋਟੀ ਉਮਰ ਵਿਚ ਉਨ੍ਹਾਂ ਅੰਦਰ ਗੁਣ ਭਰੇ ਹੋਏ ਸਨ।

On the Vaisakhi of 1699, Dashmesh Pita founded the Khalsa Panth at Anandpur Sahib. Guru Sahib prepared the nectar and gave it to the Panj Piyaras and then he himself took the nectar from their hands. The sons of Guru Sahib also received the gift of Amrit. The Satgurus commanded ... "Now you are all Singhs, your name will be Singh. From now on you are my special form, Khalsa Guru and Guru is Khalsa. Kara, Kachheera and Kirpan In a few days, millions of Sikhs were baptized.

ਸੰਨ 1699 ਦੀ ਵੈਸਾਖੀ ਨੂੰ ਦਸ਼ਮੇਸ਼ ਪਿਤਾ ਨੇ ਆਨੰਦਪੁਰ ਸਾਹਿਬ ਵਿਖੇ ਖ਼ਾਲਸਾ ਪੰਥ ਦੀ ਸਾਜਨਾ ਕੀਤੀ। ਗੁਰੂ ਸਾਹਿਬ ਨੇ ਅੰਮ੍ਰਿਤ ਤਿਆਰ ਕਰਕੇ ਪੰਜ ਪਿਆਰਿਆਂ ਨੂੰ ਛਕਾਇਆ ਤੇ ਫਿਰ ਉਨ੍ਹਾਂ ਹੱਥੀਂ ਆਪ ਵੀ ਅੰਮ੍ਰਿਤ ਛਕਿਆ। ਗੁਰੂ ਸਾਹਿਬ ਦੇ ਸਾਹਿਬਜ਼ਾਦਿਆਂ ਨੇ ਵੀ ਅੰਮ੍ਰਿਤ ਦੀ ਦਾਤ ਪ੍ਰਾਪਤ ਕੀਤੀ। ਸਤਿਗੁਰਾਂ ਨੇ ਹੁਕਮ ਕੀਤਾ – "ਹੁਣ ਤੁਸੀਂ ਸਾਰੇ ਸਿੰਘ ਹੋ, ਤੁਹਾਡੇ ਨਾਂ ਨਾਲ ਸਿੰਘ ਲੱਗੇਗਾ। ਅੱਜ ਤੋਂ ਤੁਸੀਂ ਮੇਰਾ ਖ਼ਾਸ ਰੂਪ ਹੋ, ਖ਼ਾਲਸਾ ਗੁਰੂ ਹੈ ਤੇ ਗੁਰੂ ਖ਼ਾਲਸਾ ਹੈ।" ਸਤਿਗੁਰਾਂ ਨੇ ਹਰੇਕ ਸਿੱਖ ਨੂੰ ਪੰਜ ਕਕਾਰ ਬਖ਼ਸ਼ੇ – ਕੇਸ, ਕੰਘਾ, ਕੜਾ, ਕਛਹਿਰਾ ਤੇ ਕਿਰਪਾਨ। ਕੁਝ ਦਿਨਾਂ ਵਿਚ ਲੱਖਾਂ ਸਿੱਖ ਅੰਮ੍ਰਿਤ ਛਕ ਕੇ ਸਿੰਘ ਸਜ ਗਏ।

The Mughal Emperor Aurangzeb was ruling in India. He intended to forcibly convert Hindus to Islam. The Indians were living a life of great fear of the Mughal rulers. Once a visitor came to the court of the Satgurus and pleaded, O True King! My newly married wife has been forcibly taken away by the village Asin Pathan, you protect her. Dasam Patshah sent Baba Ajit Singh with 100 horsemen to rescue the Brahmin's wife from the Pathans. Sahibzada Ajit Singh, showing the essence of heroism, severely punished the Pathans.

ਹਿੰਦੁਸਤਾਨ ਵਿਚ ਮੁਗਲ ਬਾਦਸ਼ਾਹ ਔਰੰਗਜ਼ੇਬ ਹਕੂਮਤ ਕਰ ਰਿਹਾ ਸੀ। ਉਸ ਨੇ ਹਿੰਦੂਆਂ ਨੂੰ ਜ਼ਬਰਨ ਮੁਸਲਮਾਨ ਬਣਾਉਣ ਦਾ ਉਦੇਸ਼ ਬਣਾਇਆ ਹੋਇਆ ਸੀ। ਹਿੰਦੂ ਵਿਚਾਰੇ ਮੁਗਲ ਹਾਕਮਾਂ ਤੋਂ ਬਹੁਤ ਡਰੇ ਸਹਿਮੇ ਹੋਏ ਜ਼ਿੰਦਗੀ ਬਸਰ ਕਰ ਰਹੇ ਸੀ। ਇਕ ਵਾਰੀ ਇਕ ਬ੍ਰਾਹਮਣ ਸਤਿਗੁਰਾਂ ਦੇ ਦਰਬਾਰ ਆਇਆ ਤੇ ਉਸ ਨੇ ਅਰਜ਼ੋਈ ਕੀਤੀ ਕਿ ਹੇ ਸੱਚੇ ਪਾਤਸ਼ਾਹ ! ਮੇਰੀ ਨਵੀਂ ਵਿਆਹੀ ਵਹੁਟੀ ਨੂੰ ਪਿੰਡ ਬੱਸੀ ਦੇ ਪਠਾਨ ਜ਼ਬਰਨ ਚੁੱਕ ਕੇ ਲੈ ਗਏ ਹਨ, ਤੁਸੀਂ ਰੱਖਿਆ ਕਰੋ। ਦਸਮ ਪਾਤਸ਼ਾਹ ਨੇ ਬਾਬਾ ਅਜੀਤ ਸਿੰਘ ਨੂੰ 100 ਘੁੜਸਵਾਰਾਂ ਸਹਿਤ ਪਠਾਨਾਂ ਕੋਲੋਂ ਬ੍ਰਾਹਮਣ ਦੀ ਵਹੁਟੀ ਨੂੰ ਛੁਡਾਉਣ ਵਾਸਤੇ ਭੇਜਿਆ। ਸਾਹਿਬਜ਼ਾਦਾ ਅਜੀਤ ਸਿੰਘ ਨੇ ਸੂਰਬੀਰਤਾ ਦੇ ਜੌਹਰ ਵਿਖਾਉਂਦੇ ਹੋਏ ਪਠਾਨਾਂ ਨੂੰ ਸਮੁੱਚਤ ਸਜ਼ਾ ਦਿੱਤੀ।

Seeing the increasing power of the Tenth Guru, the hill chiefs and the Mughal rulers became jealous. The Mughal emperor Aurangzeb ordered his rulers to attack the Guru but they always had to face defeat. Wazir Khan of Sirhind and Zabardast Khan of Lahore laid siege to the fort at Anandpur. The valiant Singhs of the true king defeated the Mughals. When the hill chiefs and the Mughals took false oaths to leave the fort, on December 20, 1704, at the insistence of the Panth, Guru Sahib left the fort of Anandpur Sahib. At that time, the month of December was full of rain and wind and it was freezing cold. Mata Gujri and the younger Sahibzada were separated in this storm. A fierce battle broke out on the banks of the Sarsa River.

ਦਸਮ ਗੁਰੂ ਦੀ ਵੱਧਦੀ ਤਾਕਤ ਨੂੰ ਵੇਖ ਕੇ ਪਹਾੜੀ ਰਾਜੇ ਤੇ ਮੁਗਲ ਹਾਕਮ ਈਰਖਾ ਕਰਨ ਲੱਗੇ। ਮੁਗਲ ਬਾਦਸ਼ਾਹ ਔਰੰਗਜ਼ੇਬ ਨੇ ਆਪਣੇ ਹਾਕਮਾਂ ਨੂੰ ਗੁਰੂ ਦੇ ਵਿਰੁੱਧ ਚੜਾਈ ਕਰਨ ਦਾ ਹੁਕਮ ਕੀਤਾ ਪਰ ਉਨ੍ਹਾਂ ਨੂੰ ਹਰ ਵਾਰ ਹਾਰ ਦਾ ਸਾਹਮਣਾ ਕਰਨਾ ਪੈਂਦਾ। ਸਰਹਿੰਦ ਦੇ ਸੂਬੇ ਵਜ਼ੀਰ ਖਾਂ ਤੇ ਲਾਹੌਰ ਦੇ ਸੂਬੇ ਜ਼ਬਰਦਸਤ ਖਾਂ ਨੇ ਆਨੰਦਪੁਰ ਦੇ ਕਿਲ੍ਹੇ ਨੂੰ ਘੇਰਾ ਪਾ ਲਿਆ। ਸੱਚੇ ਪਾਤਸ਼ਾਹ ਦੇ ਸੂਰਬੀਰ ਸਿੰਘਾਂ ਨੇ ਮੁਗਲਾਂ ਦਾ ਡੱਟ ਕੇ ਮੁਕਾਬਲਾ ਕੀਤਾ। ਜਦ ਪਹਾੜੀ ਰਾਜਿਆਂ ਤੇ ਮੁਗਲਾਂ ਨੇ ਝੂਠੀਆਂ ਕਸਮਾਂ ਖਾਧੀਆਂ ਕਿ ਤੁਸੀਂ ਕਿਲ੍ਹਾ ਛੱਡ ਦਿਉ ਤਾਂ 20 ਦਸੰਬਰ 1704 ਨੂੰ ਪੰਥ ਦੇ ਜ਼ੋਰ ਪਾਉਣ ਤੇ ਗੁਰੂ ਸਾਹਿਬ ਨੇ ਆਨੰਦਪੁਰ ਸਾਹਿਬ ਦਾ ਕਿਲ੍ਹਾ ਛੱਡ ਦਿੱਤਾ। ਉਸ ਸਮੇਂ ਦਸੰਬਰ ਦਾ ਮਹੀਨਾ, ਮੀਂਹ ਹਨੇਰੀ ਦਾ ਪੂਰਾ ਜ਼ੋਰ ਸੀ ਤੇ ਕਹਿਰਾਂ ਦੀ ਠੰਡ ਪੈ ਰਹੀ ਸੀ। ਏਸੇ ਤੂਫਾਨ ਵਿਚ ਮਾਤਾ ਗੁਜਰੀ ਤੇ ਛੋਟੇ ਸਾਹਿਬਜ਼ਾਦੇ ਵਿਛੜ ਗਏ। ਸਰਸਾ ਨਦੀ ਦੇ ਕੰਢੇ ਘਮਸਾਨ ਦਾ ਯੁੱਧ ਸ਼ੁਰੂ ਹੋ ਗਿਆ।

Dasam Patshah arrived at Chamkaur Sahib with his eldest sons, five loved ones and some Singhs. Chamkaur Sahib Patshah took a stand in the Kachi Garhi. The Sahibs had only 40-50 Sikhs at that time. Wazir Khan, the governor of Sirhind, arrived with an army of one million. Then, on December 22, 1704, a fierce battle broke out at Chamkaur Sahib. The Satgurus also started raining.

ਦਸਮ ਪਾਤਸ਼ਾਹ ਵੱਡੇ ਸਾਹਿਬਜ਼ਾਦਿਆਂ, ਪੰਜ ਪਿਆਰਿਆਂ ਤੇ ਕੁਝ ਸਿੰਘਾਂ ਸਹਿਤ ਚਮਕੌਰ ਸਾਹਿਬ ਆਣ ਪੁੱਜੇ। ਚਮਕੌਰ ਸਾਹਿਬ ਪਾਤਸ਼ਾਹ ਨੇ ਕੱਚੀ ਗੜ੍ਹੀ ਵਿਚ ਮੋਰਚਾ ਲਾ ਲਿਆ। ਸਾਹਿਬਾਂ ਕੋਲ ਉਸ ਸਮੇਂ ਸਿਰਫ਼ 40-50 ਸਿੱਖ ਸਨ। ਸਰਹਿੰਦ ਦਾ ਸੂਬਾ ਵਜ਼ੀਰ ਖਾਂ ਦਸ ਲੱਖ ਦਾ ਲਸ਼ਕਰ ਲੈ ਕੇ ਆਣ ਪੁੱਜਾ। ਫਿਰ 22 ਦਸੰਬਰ, ਸੰਨ 1704 ਨੂੰ ਚਮਕੌਰ ਸਾਹਿਬ ਵਿਖੇ ਘਮਸਾਣ ਦਾ ਯੁੱਧ ਸ਼ੁਰੂ ਹੋ ਗਿਆ। ਸਤਿਗੁਰਾਂ ਨੇ ਤੀਰਾਂ ਦਾ ਮੀਂਹ ਸ਼ੁਰੂ ਕਰ ਦਿੱਤਾ।

When the Mughals launched a fierce attack, Dasam Pita started sending Ahar from the fort in groups of five Singhs. Singh started shouting and started fighting with the Mughals. He started killing many Mughals and getting martyrs. Seeing the martyrdom of the Singhs, Sahibzada Ajit Singh's blood boiled.

ਜਦ ਮੁਗ਼ਲਾਂ ਨੇ ਜ਼ੋਰਦਾਰ ਹਮਲਾ ਕੀਤਾ ਤਦ ਦਸਮ ਪਿਤਾ ਨੇ ਪੰਜ-ਪੰਜ ਸਿੰਘਾਂ ਦੇ ਜੱਥੇ ਗੜੀ ਤੋਂ ਬਾਹਰ ਭੇਜਣੇ ਸ਼ੁਰੂ ਕਰ ਦਿੱਤੇ। ਸਿੰਘ ਜੈਕਾਰੇ ਛੱਡਦੇ ਹੋਏ ਮੁਗ਼ਲਾਂ ਨਾਲ ਡੱਟ ਕੇ ਲੜਨ ਲਗੇ। ਉਹ ਅਨੇਕਾਂ ਮੁਗ਼ਲਾਂ ਨੂੰ ਮੌਤ ਦੇ ਘਾਟ ਉਤਾਰ ਕੇ ਸ਼ਹੀਦੀਆਂ ਪ੍ਰਾਪਤ ਕਰਨ ਲਗੇ। ਸਿੰਘਾਂ ਦੀਆਂ ਸ਼ਹੀਦੀਆਂ ਨੂੰ ਵੇਖ ਕੇ ਸਾਹਿਬਜ਼ਾਦਾ ਅਜੀਤ ਸਿੰਘ ਦਾ ਖੂਨ ਖੌਲ ਗਿਆ।

They came before the Guru and folded their hands and begged, "O Guru Pita. Let me go to the battlefield for the pump, if my life is sacrificed then these are my fortunes. " The Guru was very pleased to hear this, and he allowed the Sahibzade to go to war. As soon as he got out of the fort, Sahibzada shouted loudly,"Bole sonehal sat sri akal'

ਉਹ ਗੁਰੂ ਜੀ ਦੇ ਸਾਹਮਣੇ ਆ ਗਏ ਤੇ ਹੱਥ ਜੋੜ ਕੇ ਬੇਨਤੀ ਕੀਤੀ– "ਹੇ ਗੁਰੂ ਪਿਤਾ ! ਪੰਥ ਖਾਤਰ ਮੈਨੂੰ ਜੰਗ ਦੇ ਮੈਦਾਨ ਵਿਚ ਜਾਣ ਦੀ ਆਗਿਆ ਬਖਸ਼ੋ, ਜੇ ਮੇਰੀ ਜਿੰਦ–ਜਾਨ ਕੁਰਬਾਨ ਹੁੰਦੀ ਹੈ ਤਾਂ ਇਹ ਮੇਰੇ ਧੰਨ ਭਾਗ ਹਨ ।" ਇਹ ਸੁਣ ਕੇ ਗੁਰੂ ਜੀ ਬੜੇ ਪ੍ਰਸੰਨ ਹੋਏ, ਉਨ੍ਹਾਂ ਸਾਹਿਬਜ਼ਾਦੇ ਨੂੰ ਜੱਫੀ ਪਾਈ ਤੇ ਜੰਗ ਵਿਚ ਜਾਣ ਦੀ ਆਗਿਆ ਬਖਸ਼ੀ । ਗੜ੍ਹੀ ਤੋਂ ਬਾਹਰ ਨਿਕਲਦਿਆਂ ਹੀ ਸਾਹਿਬਜ਼ਾਦੇ ਨੇ ਜ਼ੋਰ ਨਾਲ ਜੈਕਾਰਾ ਛੱਡਿਆ – "ਬੋਲੇ ਸੋ ਨਿਹਾਲ, ਸਤਿ ਸ੍ਰੀ ਅਕਾਲ !"

As soon as the Guru's son entered the Rann Tat, he started raining arrows and piercing the breasts of many Mughals. The Mughals laid siege on all four sides. At the end of the thirties, Sahibzada grabbed the spear and struck one of the Mughal chiefs on the heel, saying, "Ya Allah!" Then he took the sword in his hand and attacked the Mughals. Seeing the heroism of Sahibzada, there was a commotion among the Mughals. After fleeing to save some lives, the Mughals finally laid siege and attacked from one side to the other. Finally Sahibzada Ajit Singh put many Mughals to death and drank Shahidi Jam in the religious war of Chamkaur on 8 Poh, Sammat 1761. Blessed Kalgidhar Patshah! Dhan Sahibzada Ajit Singh !!

ਗੁਰੂ ਪੁੱਤਰ ਨੇ ਰਣ ਤੱਤੇ ਵਿਚ ਆਉਂਦਿਆਂ ਹੀ ਤੀਰਾਂ ਦੀ ਵਰਖਾ ਸ਼ੁਰੂ ਕਰ ਦਿੱਤੀ ਤੇ ਅਨੇਕਾਂ ਮੁਗਲਾਂ ਦੀਆਂ ਛਾਤੀਆਂ ਵਿੰਨ ਦਿੱਤੀਆਂ। ਮੁਗਲਾਂ ਨੇ ਚਹੁੰ ਪਾਸਿਆਂ ਤੋਂ ਘੇਰਾ ਪਾ ਲਿਆ। ਜਦ ਤੀਰ ਮੁੱਕ ਗਏ ਤਾਂ ਸਾਹਿਬਜਾਦੇ ਨੇ ਨੇਜ਼ਾ ਫੜ ਲਿਆ ਤੇ ਇਕ ਮੁਗਲ ਸਰਦਾਰ ਦੀ ਹਿੱਕ ਤੇ ਮਾਰਿਆ ਤੇ ਉਹ 'ਯਾ ਅੱਲ੍ਹਾ' ਆਖਦਾ ਉੱਥੇ ਢੇਰੀ ਹੋ ਗਿਆ। ਫਿਰ ਉਨ੍ਹਾਂ ਤਲਵਾਰ ਹੱਥ ਵਿਚ ਫੜ ਲਈ ਤੇ ਮੁਗਲਾਂ ਉੱਤੇ ਜਾ ਚੜ੍ਹੇ। ਸਾਹਿਬਜਾਦੇ ਦੀ ਸੂਰਬੀਰਤਾ ਨੂੰ ਵੇਖ ਕੇ ਮੁਗਲਾਂ ਵਿਚ ਹਫੜਾ-ਤਫੜੀ ਮਚ ਗਈ। ਕੁਝ ਜਾਨਾਂ ਬਚਾਉਂਦੇ ਦੂਰ ਨੱਠਣ ਲੱਗੇ। ਅਖੀਰ ਮੁਗਲਾਂ ਨੇ ਇਕੋ ਵਾਰ ਚਹੁੰ ਪਾਸਿਆਂ ਤੋਂ ਘੇਰਾ ਪਾ ਕੇ ਹਮਲਾ ਕਰ ਦਿੱਤਾ। ਅਖੀਰ ਸਾਹਿਬਜਾਦਾ ਅਜੀਤ ਸਿੰਘ ਅਨੇਕਾਂ ਮੁਗਲਾਂ ਨੂੰ ਮੌਤ ਦੀ ਨੀਂਦ ਸੁਲਾ ਕੇ ਚਮਕੌਰ ਦੇ ਧਰਮ ਯੁੱਧ ਵਿਚ 8 ਪੋਹ, ਸੰਮਤ 1761 ਨੂੰ ਸ਼ਹੀਦੀ ਜਾਮ ਪੀ ਗਏ। ਧੰਨ ਕਲਗੀਧਰ ਪਾਤਸ਼ਾਹ! ਧੰਨ ਸਾਹਿਬਜਾਦਾ ਅਜੀਤ ਸਿੰਘ !!

Sahibzada Jujhar Singh Baba Jujhar Singh was the second son of Guru Gobind Singh Ji. He was born from the womb of Mata Jito ji in 1690 AD. Happened at Anandpur Sahib. He was a great warrior and an expert in arms. He used to recite Bani of Jap Ji Sahib, Sukhmani Sahib etc. and play war games with Sikhs as per his daily routine.

ਸਾਹਿਬਜ਼ਾਦਾ ਜੁਝਾਰ ਸਿੰਘ

ਬਾਬਾ ਜੁਝਾਰ ਸਿੰਘ ਸ੍ਰੀ ਗੁਰੂ ਗੋਬਿੰਦ ਸਿੰਘ ਜੀ ਦੇ ਦੂਸਰੇ ਸਾਹਿਬਜ਼ਾਦੇ ਸਨ। ਉਨ੍ਹਾਂ ਦਾ ਜਨਮ ਮਾਤਾ ਜੀਤੋ ਜੀ ਦੀ ਕੁੱਖ ਤੋਂ 1690 ਈ. ਨੂੰ ਆਨੰਦਪੁਰ ਸਾਹਿਬ ਵਿਖੇ ਹੋਇਆ। ਆਪ ਬੜੇ ਸੂਰਬੀਰ ਤੇ ਸ਼ਸਤਰ ਵਿਦਿਆ ਵਿਚ ਬੜੇ ਮਾਹਰ ਸਨ। ਆਪ ਜੀ ਹਰ ਰੋਜ਼ ਨੇਮ ਅਨੁਸਾਰ ਜਪੁ ਜੀ ਸਾਹਿਬ, ਸੁਖਮਨੀ ਸਾਹਿਬ ਆਦਿ ਬਾਣੀਆਂ ਦਾ ਪਾਠ ਕਰਦੇ ਤੇ ਸਿੱਖਾਂ ਨਾਲ ਜੰਗੀ ਖੇਡਾਂ ਖੇਡਦੇ ਸਨ।

He also took part in all the battles of Anandpur Sahib with his elder brother Sahibzada Ajit Singh.

In the battle of Chamkaur, when Sahibzada Ajit Singh drank the martyrdom drink of the Mughal army, he stood before Guru Pita with folded hands and begged - "O Guru Pita! I am a brave soldier of the Khalsa army, please It is the real duty of the heroes to sacrifice their lives for the sake of the Panth, even if the Mughals are allowed to roar on the battlefield.
Hearing this, Dashmesh's father was very happy and he hugged Sahibzada Jujhar Singh and kissed him for the last time. Guru Sahib then allowed Sahibzada to go to Ranatta with a group of Panj Singhs.

Sahibzada shouted loudly - "Bal so nihal, Sat Sri Akal!" Sahibzada was only 14 years old at that time. Surmeen Saput was holding a spear in his hand. Every Mughal soldier who looked like him would have fallen asleep to death. Guru Gobind Singh Ji was sitting on the citadel watching the heroic deeds of his valiant son. Sahibzada was besieged from the sides, but Sahibzada was roaring like a lion, shielding the Mughal army. Shahidi drank jam.

Dhan Sahibe-Kamal Sri Guru Gobind Singh Patshah! For the sake of which Panth sacrificed Sarbans.
Blessed are their brave sons !! Which became a monument of bravery in Sikh history.

ਆਪ ਜੀ ਨੇ ਆਪਣੇ ਵੱਡੇ ਭਰਾ ਸਾਹਿਬਜ਼ਾਦੇ ਅਜੀਤ ਸਿੰਘ ਸਹਿਤ ਆਨੰਦਪੁਰ ਸਾਹਿਬ ਦੀਆਂ ਸਾਰੀਆਂ ਜੰਗਾਂ ਵਿਚ ਵੀ ਭਾਗ ਲਿਆ ।

ਚਮਕੌਰ ਦੀ ਜੰਗ ਵਿਚ ਜਦ ਸਾਹਿਬਜ਼ਾਦਾ ਅਜੀਤ ਸਿੰਘ ਮੁਗ਼ਲ ਫ਼ੌਜ ਦੇ ਆਹੂ ਲਾਹੁੰਦੇ ਸ਼ਹੀਦੀ ਜਾਮ ਪੀ ਗਏ ਤਾਂ ਉਹ ਗੁਰੂ ਪਿਤਾ ਦੇ ਅੱਗੇ ਹੱਥ ਜੋੜ ਕੇ ਖੜੇ ਹੋ ਗਏ ਤੇ ਬੇਨਤੀ ਕੀਤੀ – "ਹੇ ਗੁਰੂ ਪਿਤਾ ! ਮੈਂ ਖ਼ਾਲਸਾ ਫ਼ੌਜ ਦਾ ਇਕ ਬਹਾਦਰ ਸਿਪਾਹੀ ਹਾਂ, ਕਿਰਪਾ ਕਰਕੇ ਮੈਨੂੰ ਵੀ ਜੰਗ ਦੇ ਮੈਦਾਨ ਵਿਚ ਮੁਗਲਾਂ ਦੇ ਆਹੂ ਲਾਉਣ ਦੀ ਆਗਿਆ ਬਖਸ਼ੋ, ਪੰਥ ਖ਼ਾਤਰ ਜਾਨ ਕੁਰਬਾਨ ਕਰਨਾ ਸੂਰਬੀਰਾਂ ਦਾ ਅਸਲ ਫਰਜ ਹੈ ।"

ਇਹ ਸੁਣ ਕੇ ਦਸ਼ਮੇਸ਼ ਪਿਤਾ ਬਹੁਤ ਪ੍ਰਸੰਨ ਹੋਏ ਤੇ ਉਨ੍ਹਾਂ ਨੇ ਸਾਹਿਬਜ਼ਾਦਾ ਜੁਝਾਰ ਸਿੰਘ ਨੂੰ ਗਲ ਨਾਲ ਲਾ ਲਿਆ ਤੇ ਆਖਰੀ ਵਾਰ ਮੱਥਾ ਚੁੰਮਿਆ। ਫਿਰ ਗੁਰੂ ਸਾਹਿਬ ਨੇ ਸਾਹਿਬਜ਼ਾਦੇ ਨੂੰ ਪੰਜ ਸਿੰਘਾਂ ਦੇ ਜੱਥੇ ਸਹਿਤ ਰਣਤੱਤੇ ਵਿਚ ਜਾਣ ਦੀ ਆਗਿਆ ਬਖਸ਼ੀ ।

ਸਾਹਿਬਜ਼ਾਦੇ ਨੇ ਪੂਰੇ ਜ਼ੋਰ ਨਾਲ ਜੈਕਾਰਾ ਛੱਡਿਆ – "ਬੋਲੇ ਸੋ ਨਿਹਾਲ, ਸਤਿ ਸ੍ਰੀ ਅਕਾਲ !" ਉਸ ਵੇਲੇ ਸਾਹਿਬਜ਼ਾਦੇ ਦੀ ਉਮਰ ਸਿਰਫ਼ 14 ਸਾਲ ਦੀ ਸੀ। ਪੰਜ ਸਿੰਘਾਂ ਸਹਿਤ ਸਾਹਿਬਜ਼ਾਦੇ ਦੇ ਰਣਵਿਚ ਆਉਂਦਿਆਂ ਹੀ ਜੰਗ ਫਿਰ ਭਖ ਗਈ । ਗੁਰੂ ਦਾ ਸੂਰਮਾ ਪੁੱਤਰ ਸ਼ੇਰ ਵਾਂਗ ਮੁਗਲਾਂ ਤੇ ਟੁੱਟ ਕੇ ਪੈ ਗਿਆ। ਸੂਰਮੇ ਸਪੁੱਤ ਨੇ ਹੱਥ ਵਿਚ ਨੇਜ਼ਾ ਫੜਿਆ ਹੋਇਆ ਸੀ, ਉਹ ਜਿਸ ਮੁਗਲ ਸਿਪਾਹੀ ਦੇ ਵੀ ਲਗਦਾ, ਉਹ ਮੌਤ ਦੀ ਨੀਂਦ ਸੌਂ ਜਾਂਦਾ । ਲੋਥਾਂ ਉਪਰ ਮੁਗਲਾਂ ਦੀਆਂ ਲੋਥਾਂ ਡਿਗਣ ਲਗ ਪਈਆਂ । ਚਮਕੌਰ ਦੀ ਧਰਤੀ ਤੇ ਲਹੂ ਦੀ ਨਦੀ ਵਗਣ ਲਗ ਪਈ । ਇਸ ਤਰ੍ਹਾਂ ਗੁਰੂ ਪੁੱਤਰ ਨੇ 'ਸਵਾ ਲਾਖ ਸੇ ਏਕ ਲੜਾਊਂ' ਪ੍ਰਤੱਖ ਕਰ ਵਿਖਾਲਿਆ। ਸ੍ਰੀ ਗੁਰੂ ਗੋਬਿੰਦ ਸਿੰਘ ਜੀ ਗੜ੍ਹੀ ਤੇ ਬੈਠੇ ਆਪਣੇ ਸੂਰਮੇ ਪੁੱਤਰ ਦੇ ਜੰਗੀ ਜੌਹਰ ਵੇਖ ਰਹੇ ਸਨ। ਉਧਰ ਸੂਬਾ ਸਰਹਿੰਦ ਵਜ਼ੀਰ ਖਾਂ ਸਾਹਿਬਜ਼ਾਦੇ ਦੀ ਸੂਰਬੀਰਤਾ ਨੂੰ ਵੇਖ ਕੇ ਘਾਬਰ ਗਿਆ। ਮੁਗ਼ਲ ਫ਼ੌਜ ਨੇ ਚਹੁੰ ਪਾਸਿਆਂ ਤੋਂ ਸਾਹਿਬਜ਼ਾਦੇ ਨੂੰ ਘੇਰਾ ਪਾ ਲਿਆ। ਪਰ ਸਾਹਿਬਜ਼ਾਦਾ ਸ਼ੇਰ ਵਾਂਗ ਮੁਗਲ ਫ਼ੌਜ ਦੇ ਆਹੂ ਲਾਹ ਰਿਹਾ ਸੀ । ਉਹ ਕਾਫ਼ੀ ਦੇਰ ਤਕ ਮੁਗਲਾਂ ਦੇ ਵਾਰ ਬਚਾਉਂਦੇ ਰਹੇ । ਅਖੀਰ ਅਨੇਕਾਂ ਮੁਗਲਾਂ ਨੂੰ ਪਰਲੋਕ ਭੇਜਦਿਆਂ ਸਾਹਿਬਜ਼ਾਦਾ ਜੁਝਾਰ ਸਿੰਘ ਵੀ ਇਸ ਧਰਮ ਯੁੱਧ ਵਿਚ 8 ਪੋਹ, ਸੰਮਤ 1761 ਨੂੰ ਸ਼ਹੀਦੀ ਜਾਮ ਪੀ ਗਏ ।

ਧੰਨ ਸਾਹਿਬੇ-ਕਮਾਲ ਸ੍ਰੀ ਗੁਰੂ ਗੋਬਿੰਦ ਸਿੰਘ ਪਾਤਸ਼ਾਹ !

ਜਿਨ੍ਹਾਂ ਪੰਥ ਖਾਤਰ ਸਰਬੰਸ ਕੁਰਬਾਨ ਕਰ ਦਿੱਤਾ ।

ਧੰਨ ਉਨ੍ਹਾਂ ਦੇ ਸੂਰਮੇ ਸਾਹਿਬਜ਼ਾਦੇ !!

ਜੋ ਸਿੱਖ ਇਤਿਹਾਸ ਵਿਚ ਸ਼ਹਾਦਤ ਦੇ ਮੁਜੱਸਮਾ ਬਣੇ ।

Chhote Sahibzada Sahibzada Zorawar Singh and Sahibzada Fateh Singh Baba Zorawar Singh Ji were born in 1696 AD. Was born from the womb of mother Jito. He was the third son of Guru Sahib. His grandmother Mata Gujri loved him dearly and used to recite to him stories of Sikh heroes from the Gurus. Dashmesh Guru's youngest son is Sahibzada Fateh Singh. He was born in 1698 AD. Was born from the womb of mother at Anandpur Sahib. Kalgidhar Patshah also used to do a lot with his younger sons. Under the umbrella of Guru Pita, he was endowed with many virtues.

ਛੋਟੇ ਸਾਹਿਬਜ਼ਾਦੇ

ਸਾਹਿਬਜ਼ਾਦਾ ਜ਼ੋਰਾਵਰ ਸਿੰਘ ਤੇ ਸਾਹਿਬਜ਼ਾਦਾ ਫ਼ਤਹਿ ਸਿੰਘ

ਬਾਬਾ ਜ਼ੋਰਾਵਰ ਸਿੰਘ ਜੀ ਦਾ ਜਨਮ 1696 ਈ. ਨੂੰ ਮਾਤਾ ਜੀਤੋ ਦੀ ਕੁੱਖ ਤੋਂ ਹੋਇਆ। ਆਪ ਗੁਰੂ ਸਾਹਿਬ ਦੇ ਤੀਸਰੇ ਸਪੁੱਤਰ ਸਨ। ਆਪ ਜੀ ਦੀ ਦਾਦੀ ਮਾਤਾ ਗੁਜਰੀ ਆਪ ਜੀ ਨਾਲ ਬਹੁਤ ਪਿਆਰ ਕਰਦੇ ਸਨ ਤੇ ਆਪ ਨੂੰ ਗੁਰੂਆਂ ਤੇ ਸਿੱਖ ਸੂਰਬੀਰਾਂ ਦੀਆਂ ਸਾਖੀਆਂ ਸੁਣਾਉਂਦੇ ਰਹਿੰਦੇ ਸਨ। ਦਸਮੇਸ਼ ਗੁਰੂ ਦੇ ਸਭ ਤੋਂ ਛੋਟੇ ਸਪੁੱਤਰ ਸਾਹਿਬਜ਼ਾਦਾ ਫ਼ਤਹਿ ਸਿੰਘ ਹਨ। ਉਨ੍ਹਾਂ ਦਾ ਜਨਮ 1698 ਈ. ਨੂੰ ਮਾਤਾ ਜੀਤੋ ਦੀ ਕੁੱਖ ਤੋਂ ਆਨੰਦਪੁਰ ਸਾਹਿਬ ਵਿਖੇ ਹੋਇਆ ਸੀ। ਕਲਗੀਧਰ ਪਾਤਸ਼ਾਹ ਵੀ ਆਪਣੇ ਛੋਟੇ ਸਾਹਿਬਜ਼ਾਦਿਆਂ ਨਾਲ ਬਹੁਤ ਪ੍ਰੀਤ ਕਰਦੇ ਸਨ। ਗੁਰੂ ਪਿਤਾ ਦੀ ਛੱਤਰ-ਛਾਇਆ ਹੇਠ ਉਨ੍ਹਾਂ ਅੰਦਰ ਅਨੇਕਾਂ ਗੁਣ ਭਰੇ ਹੋਏ ਸਨ।

When the Tenth Guru left the fort of Anandpur at the behest of the Mughals and at the behest of the Panth, a fierce battle broke out again on the banks of the river Sarsa. In this battle, the Guru's entire family was separated. The younger Sahibzada left with his grandmother Mata Gujri Ji, at that time the Sahibzada was only 9 and 7 years old. During this time, the cook of the Guru's house, Gangu Brahmin, took Mata Gujri and the younger Sahibzada to his village Kheri. At night, while Mata Gujar ji was resting with sahibzadas, Chandra Gangu opened her luggage and found jewels in gold seals. Gangu's mind immediately became dishonest. When Mata Gujri saw Gangu unloading her belongings, she told him to keep Gangu with the seals. Gangu thought that if he handed over the Guru's sons and mother to the Mughal government, he could get the desired reward. The next day he informed the ruler of Murinda about the Guru's sons and was arrested by the ruler. The ruler of Murinda soon sent the three to Sirhind. Arriving at Sirhind, the torn Sahibzada and Mata Gujri were kept in a cold tower at night.

ਜਦ ਦਸਮ ਗੁਰੂ ਨੇ ਮੁਗ਼ਲਾਂ ਦੀਆਂ ਸਲ੍ਹਾਂ ਤੇ ਪੰਥ ਦੇ ਆਖਣ ਤੇ ਆਨੰਦਪੁਰ ਦਾ ਕਿਲ੍ਹਾ ਛੱਡ ਦਿੱਤਾ ਤਾਂ ਸਰਸਾ ਨਦੀ ਦੇ ਕੰਢੇ ਮੁੜ ਘਮਸਾਣ ਦਾ ਯੁੱਧ ਛਿੜ ਗਿਆ। ਇਸ ਯੁੱਧ ਵਿਚ ਗੁਰੂ ਜੀ ਦਾ ਸਾਰਾ ਪਰਿਵਾਰ ਇਕ ਦੂਜੇ ਨਾਲੋਂ ਵਿਛੜ ਗਿਆ। ਛੋਟੇ ਸਾਹਿਬਜ਼ਾਦੇ ਆਪਣੀ ਦਾਦੀ ਮਾਤਾ ਗੁਜਰੀ ਜੀ ਨਾਲ ਚਲੇ ਗਏ, ਉਸ ਵੇਲੇ ਸਾਹਿਬਜ਼ਾਦਿਆਂ ਦੀ ਉਮਰ 9 ਸਾਲ ਤੇ 7 ਸਾਲ ਹੀ ਸੀ। ਇਸ ਸਮੇਂ ਦੌਰਾਨ ਗੁਰੂ ਘਰ ਦਾ ਰਸੋਈਆ ਗੰਗੂ ਬ੍ਰਾਹਮਣ ਮਾਤਾ ਗੁਜਰੀ ਤੇ ਛੋਟੇ ਸਾਹਿਬਜ਼ਾਦਿਆਂ ਨੂੰ ਆਪਣੇ ਪਿੰਡ ਖੇੜੀ ਲੈ ਗਿਆ। ਰਾਤ ਨੂੰ ਜਦ ਮਾਤਾ ਗੁਜਰੀ ਜੀ ਆਪਣੇ ਪੋਤਿਆਂ ਨਾਲ ਅਰਾਮ ਕਰ ਰਹੇ ਸਨ ਤਾਂ ਚੰਦਰੇ ਗੰਗੂ ਨੇ ਸਾਮਾਨ ਖੋਲ੍ਹ ਕੇ ਵੇਖਿਆ ਜਿਸ ਵਿਚ ਸੋਨੇ ਦੀਆਂ ਮੋਹਰਾਂ ਤੇ ਜੇਵਰਾਤ ਸਨ। ਗੰਗੂ ਦਾ ਮਨ ਉਸੇ ਵੇਲੇ ਬੇਈਮਾਨ ਹੋ ਗਿਆ। ਮਾਤਾ ਗੁਜਰੀ ਨੇ ਜਦ ਗੰਗੂ ਨੂੰ ਸਾਮਾਨ ਕੱਢਦਿਆਂ ਵੇਖਿਆ ਤਾਂ ਉਸ ਨੂੰ ਕਿਹਾ ਕਿ ਗੰਗੂ! ਮੋਹਰਾਂ ਕੋਲ ਹੀ ਰੱਖ ਲੈ। ਗੰਗੂ ਨੇ ਸੋਚਿਆ ਕਿ ਜੇ ਉਹ ਗੁਰੂ ਪੁੱਤਰਾਂ ਤੇ ਮਾਤਾ ਜੀ ਨੂੰ ਮੁਗਲ ਹਕੂਮਤ ਨੂੰ ਫੜਾ ਦੇਵੇ ਤਾਂ ਮੂੰਹ ਮੰਗਿਆ ਇਨਾਮ ਮਿਲ ਸਕਦਾ ਹੈ। ਅਗਲੇ ਦਿਨ ਉਸ ਨੇ ਮੁਰਿੰਡੇ ਦੇ ਹਾਕਮ ਨੂੰ ਗੁਰੂ ਪੁੱਤਰਾਂ ਬਾਬਤ ਇਤਲਾਹ ਕੀਤੀ ਤੇ ਹਾਕਮ ਨੇ ਗ੍ਰਿਫ਼ਤਾਰ ਕਰ ਲਿਆ। ਫਿਰ ਮੁਰਿੰਡੇ ਦੇ ਹਾਕਮ ਨੇ ਸਰਹਿੰਦ ਦੇ ਸੂਬੇ ਵਜ਼ੀਰ ਖਾਂ ਨੂੰ ਮਾਤਾ ਜੀ ਤੇ ਗੁਰੂ ਪੁੱਤਰਾਂ ਬਾਰੇ ਖ਼ਬਰ ਭੇਜੀ। ਮੁਰਿੰਡੇ ਦੇ ਹਾਕਮ ਨੇ ਤਿੰਨਾਂ ਨੂੰ ਛੇਤੀ ਹੀ ਸਰਹਿੰਦ ਭੇਜ ਦਿੱਤਾ। ਸਰਹਿੰਦ ਪਹੁੰਚ ਕੇ ਰਾਤ ਵੇਲੇ ਛੋਟੇ ਸਾਹਿਬਜ਼ਾਦਿਆਂ ਤੇ ਮਾਤਾ ਗੁਜਰੀ ਜੀ ਨੂੰ ਠੰਡੇ ਬੁਰਜ ਵਿਚ ਰੱਖਿਆ ਗਿਆ।

In the cold tower, Mata ji would recite anecdotes to the Sahibzada and teach them to follow the principles of Sikhism. Mata ji says you are the son of a saint soldier, to be ashamed of your religion, the religious Satguru (Gur Tegh Bahadur Sahib) sacrificed his life. Hearing this, the younger Sahibzada would come to Chaddi Kala. The next day, Wazir Khan, the governor of Sirhind, consulted with his courtiers and mullahs, and it was decided that the sons of Guru Sahib should be converted to Islam, so that everyone would become a follower of the Guru. Then the Mughal soldiers went to the cold tower and said to Mata ji - "Nawab Sahib has summoned these little children to the court." Mata ji blessed the children. The Mughal soldiers took the younger Sahibzada to the court of Suba Wazir Khan. But they entered without bowing their heads.

ਠੰਡੇ ਬੁਰਜ ਵਿਚ ਮਾਤਾ ਜੀ ਸਾਹਿਬਜ਼ਾਦਿਆਂ ਨੂੰ ਸਾਖੀਆਂ ਸੁਣਾਉਂਦੇ ਤੇ ਸਿੱਖੀ ਦੇ ਅਸੂਲਾਂ ਤੇ ਚੱਲਣ ਨੂੰ ਪ੍ਰੇਰਦੇ। ਮਾਤਾ ਜੀ ਕਹਿੰਦੇ- "ਤੁਸੀਂ ਸੰਤ ਸਿਪਾਹੀ ਦੇ ਪੁੱਤਰ ਹੋ, ਆਪਣੇ ਧਰਮ ਦੀ ਲਾਜ ਰੱਖਣਾ, ਧਰਮ ਖਾਤਰ ਸਤਿਗੁਰਾਂ (ਗੁਰੂ ਤੇਗ ਬਹਾਦਰ ਸਾਹਿਬ) ਨੇ ਆਪਣੀ ਜਿੰਦ-ਜਾਨ ਕੁਰਬਾਨ ਕਰ ਦਿੱਤੀ ਸੀ।" ਇਹ ਸੁਣ ਕੇ ਛੋਟੇ ਸਾਹਿਬਜ਼ਾਦੇ ਚੜ੍ਹਦੀ ਕਲਾ ਵਿਚ ਆ ਜਾਂਦੇ। ਅਗਲੇ ਦਿਨ ਸਰਹਿੰਦ ਦੇ ਸੂਬੇ ਵਜ਼ੀਰ ਖਾਂ ਨੇ ਆਪਣੇ ਦਰਬਾਰੀਆਂ ਤੇ ਮੁਲਾਂਣਿਆਂ ਨਾਲ ਸਲਾਹ ਕੀਤੀ ਤੇ ਫੈਸਲਾ ਕੀਤਾ ਗਿਆ ਕਿ ਗੁਰੂ ਸਾਹਿਬ ਦੇ ਪੁੱਤਰਾਂ ਨੂੰ ਮੁਸਲਮਾਨ ਬਣਾਇਆ ਜਾਵੇ, ਜਿਸ ਨਾਲ ਹੋਰ ਲੋਕ ਵੀ ਗੁਰੂ ਜੀ ਦਾ ਸਾਥ ਛੱਡ ਕੇ ਮੁਸਲਮਾਨ ਬਣ ਜਾਣਗੇ। ਫਿਰ ਮੁਗ਼ਲ ਸਿਪਾਹੀ ਠੰਡੇ ਬੁਰਜ ਗਏ ਤੇ ਮਾਤਾ ਜੀ ਨੂੰ ਕਹਿਣ ਲੱਗੇ - "ਨਵਾਬ ਸਾਹਿਬ ਨੇ ਇਨ੍ਹਾਂ ਛੋਟੇ ਬੱਚਿਆਂ ਨੂੰ ਕਚਹਿਰੀ ਵਿਚ ਸੱਦਿਆ ਹੈ।" ਮਾਤਾ ਜੀ ਨੇ ਬੱਚਿਆਂ ਨੂੰ ਅਸੀਸ ਦਿੱਤੀ। ਸਾਹਿਬਜ਼ਾਦਿਆਂ ਦੇ ਚੇਹਰੇ ਖਿੜੇ ਹੋਏ ਸਨ, ਤੇ ਉਨ੍ਹਾਂ ਦੇ ਚੇਹਰੇ ਤੇ ਡਰ-ਭੈਅ ਦਾ ਕੋਈ ਨਿਸ਼ਾਨ ਨਹੀਂ ਸੀ। ਮੁਗ਼ਲ ਸਿਪਾਹੀ ਛੋਟੇ ਸਾਹਿਬਜ਼ਾਦਿਆਂ ਨੂੰ ਸੂਬਾ ਵਜ਼ੀਰ ਖਾਂ ਦੀ ਕਚਹਿਰੀ ਵੱਲ ਲੈ ਗਏ। ਜਦ ਸਾਹਿਬਜ਼ਾਦੇ ਕਚਹਿਰੀ ਨੇੜੇ ਪੁੱਜੇ ਤਾਂ ਉਨ੍ਹਾਂ ਵੇਖਿਆ ਕਿ ਵੱਡਾ ਦਰਵਾਜਾ ਜੋ ਬੰਦ ਹੈ ਉਸ ਨਾਲ ਨਿੱਕੀ ਜਿਹੀ ਬਾਰੀ ਖੁੱਲੀ ਹੈ, ਇਸ ਅੰਦਰ ਜਾਣ ਵਾਸਤੇ ਝੁਕਣਾ ਪੈਂਦਾ ਹੈ, ਪਰ ਉਹ ਬਿਨ੍ਹਾਂ ਸੀਸ ਝੁਕਾਏ ਅੰਦਰ ਵੜ ਗਏ।

Upon entering the court, the sahibzadas chanted Waheguru ji ka Khalsa, waheguru ji ki fateh. Wazir Khan, the governor of Sirhind, explained to the Sahibzada that if you accept Islam, you will be blessed with all the pleasures of life. Sahibzada began to say- "We are the brave sons of Sant Sipahi, we are different on our religion, for the sake of religion our Guru Bab gave his life, we can never give up our pump.

ਕਚਹਿਰੀ ਦੇ ਅੰਦਰ ਪਹੁੰਚਦਿਆਂ ਹੀ ਸਾਹਿਬਜ਼ਾਦਿਆਂ ਨੇ ਵਾਹਿਗੁਰੂ ਜੀ ਕਾ ਖਾਲਸਾ ॥ ਵਾਹਿਗੁਰੂ ਜੀ ਕੀ ਫਤਹਿ ॥ ਗੱਜ ਕੇ ਬੁਲਾਈ। ਸਰਹਿੰਦ ਦੇ ਸੂਬੇ ਵਜ਼ੀਰ ਖਾਂ ਨੇ ਸਾਹਿਬਜ਼ਾਦਿਆਂ ਨੂੰ ਸਮਝਾਇਆ ਕਿ ਤੁਸੀਂ ਇਸਲਾਮ ਧਰਮ ਕਬੂਲ ਕਰ ਲਉ, ਤੁਹਾਨੂੰ ਜ਼ਿੰਦਗੀ ਦੇ ਸਾਰਾ ਸੁਖ ਬਖਸ਼ੇ ਜਾਣਗੇ। ਸਾਹਿਬਜ਼ਾਦੇ ਕਹਿਣ ਲੱਗੇ- "ਅਸੀਂ ਸੰਤ ਸਿਪਾਹੀ ਦੇ ਦਲੇਰ ਪੁੱਤਰ ਹਾਂ, ਸਾਨੂੰ ਆਪਣੇ ਧਰਮ ਤੇ ਫਖਰ ਹੈ, ਧਰਮ ਖਾਤਰ ਸਾਡੇ ਗੁਰੂ ਬਾਬੇ ਨੇ ਆਪਣੀ ਜਿੰਦ ਵਾਰ ਦਿੱਤੀ, ਅਸੀਂ ਆਪਣਾ ਪੰਥ ਕਦੇ ਨਹੀਂ ਛੱਡ ਸਕਦੇ ।"

On hearing this, the courtiers and clerics of the court were astonished and the province was filled with Wazir Khan. Baba Fateh Singh shouted, "State! Don't threaten us, death is coming."
Then, in a fit of rage, Wazir Khan sent the Sahibzadas back to the cold towers. When Chhot Sahibzada returned to the tower near Mata Gujri, he told the whole story. Mata ji explained that if you stick to your religion, Akal Purakh will protect you. Bhai Moti Ram, a devout Sikh of the Guru's house, when he came to know that Chhote Sahibzade and Mata Gujar were imprisoned in the cold tower, the royal army rushed to the service, paying Maya. He came with milk for the little princes. He gave milk to the princes. Then Mata Gujri Ji blessed Bhai Moti Ram.

ਇਹ ਸੁਣ ਕੇ ਕਚਹਿਰੀ ਦੇ ਦਰਬਾਰੀ ਤੇ ਮੌਲਵੀ ਬੜੇ ਹੈਰਾਨ ਹੋਏ ਤੇ ਸੂਬਾ ਵਜ਼ੀਰ ਖਾਂ ਕ੍ਰੋਧ ਨਾਲ ਭਰ ਗਿਆ । ਉਸ ਨੇ ਸਾਹਿਬਜ਼ਾਦਿਆਂ ਨੂੰ ਮੌਤ ਦੀ ਧਮਕੀ ਵੀ ਦਿੱਤੀ ਪਰ ਸਾਹਿਬਜ਼ਾਦੇ ਚੜ੍ਹਦੀ ਕਲਾ ਵਿਚ ਰਹੇ । ਬਾਬਾ ਫਤਹਿ ਸਿੰਘ ਨੇ ਕੜਕ ਕੇ ਆਖਿਆ– "ਸੂਬੇ ! ਸਾਨੂੰ ਡਰਾਵੇ ਨਾ ਦੇਹ, ਮੌਤ ਤੇਰੀ ਆਉਣ ਵਾਲੀ ਹੈ ।"

ਫਿਰ ਖਿਝ ਕੇ ਵਜ਼ੀਰ ਖਾਂ ਨੇ ਸਾਹਿਬਜ਼ਾਦਿਆਂ ਨੂੰ ਵਾਪਸ ਠੰਢੇ ਬੁਰਜ ਭੇਜ ਦਿੱਤਾ । ਜਦ ਛੋਟੇ ਸਾਹਿਬਜ਼ਾਦੇ ਠੰਢੇ ਬੁਰਜ ਵਾਪਸ ਮਾਤਾ ਗੁਜਰੀ ਕੋਲ ਆਏ ਤਾਂ ਉਨ੍ਹਾਂ ਸਾਰੀ ਗੱਲ ਦੱਸੀ । ਮਾਤਾ ਜੀ ਨੇ ਸਮਝਾਇਆ ਕਿ ਤੁਸੀਂ ਆਪਣੇ ਧਰਮ ਤੇ ਟਿਕੇ ਰਹਿਣਾ, ਅਕਾਲ ਪੁਰਖ ਤੁਹਾਡੀ ਰਾਖੀ ਕਰੇਗਾ । ਭਾਈ ਮੋਤੀ ਰਾਮ, ਗੁਰੂ ਘਰ ਦਾ ਸ਼ਰਧਾਲੂ ਸਿੱਖ ਸੀ, ਜਦ ਉਸ ਨੂੰ ਪਤਾ ਲੱਗਾ ਕਿ ਛੋਟੇ ਸਾਹਿਬਜ਼ਾਦੇ ਤੇ ਮਾਤਾ ਗੁਜਰੀ ਜੀ ਠੰਢੇ ਬੁਰਜ ਵਿਚ ਕੈਦ ਹਨ ਤਾਂ ਸ਼ਾਹੀ ਫੌਜ ਨੂੰ ਮਾਇਆ ਦੇ ਕੇ ਸੇਵਾ ਵਾਸਤੇ ਪੁੱਜਾ । ਉਹ ਛੋਟੇ ਸਾਹਿਬਜ਼ਾਦਿਆਂ ਵਾਸਤੇ ਦੁੱਧ ਲੈ ਕੇ ਹਾਜ਼ਰ ਹੋਇਆ । ਉਸ ਨੇ ਸਾਹਿਬਜ਼ਾਦਿਆਂ ਨੂੰ ਦੁੱਧ ਛਕਾਇਆ । ਫਿਰ ਮਾਤਾ ਗੁਜਰੀ ਜੀ ਨੇ ਭਾਈ ਮੋਤੀ ਰਾਮ ਨੂੰ ਅਸੀਸਾਂ ਬਖ਼ਸ਼ੀਆਂ ।

The next day the younger princes were again brought before the court of Wazir Khan. Suba Wazir Khan said, "O sons of Guru Gobind Singh. You are still very young, you are old enough to eat and drink and play. Accept the deen, the Mughal government will be given all the pleasures , otherwise you will be killed in vain.

ਅਗਲੇ ਦਿਨ ਮੁੜ ਛੋਟੇ ਸਾਹਿਬਜ਼ਾਦਿਆਂ ਨੂੰ ਵਜ਼ੀਰ ਖਾਂ ਦੀ ਕਚਹਿਰੀ ਵਿਚ ਪੇਸ਼ ਕੀਤਾ ਗਿਆ। ਸੂਬਾ ਵਜ਼ੀਰ ਖਾਂ ਕਹਿਣ ਲੱਗਾ– "ਹੇ ਗੁਰੂ ਗੋਬਿੰਦ ਸਿੰਘ ਦੇ ਪੁੱਤਰੋ ! ਤੁਸੀਂ ਅਜੇ ਬਹੁਤ ਛੋਟੇ ਹੋ, ਤੁਹਾਡੀ ਉਮਰ ਖਾਣ-ਪੀਣ ਤੇ ਖੇਡਣ ਦੀ ਹੈ। ਤੁਸੀਂ ਦੀਨ ਕਬੂਲ ਕਰ ਲਓ, ਮੁਗਲ ਸਰਕਾਰ ਤੁਹਾਨੂੰ ਜਗੀਰਾਂ ਤੇ ਸਾਰੇ ਸੁਖ ਬਖਸ਼ਟਰੀਆਂ, ਨਹੀਂ ਤਾਂ ਵਿਅਰਥ ਮਾਰੇ ਜਾਓਗੇ।"

Hearing this, Sahibzada Zorawar Singh said, "Nawab! We have no fear of death, we are the grandsons of Guru Tegh Bahadur, the guardian of the religion.

Hearing this, Diwan Sucha Nand said, "Children Your father has been killed in the war.

O foolish ones! The one who killed our Guru father has not been born yet, he is omnipotent, he will surely put an end to your oppression. You are a Hindu and you are supporting the Mughals. Woe to you. "

Hearing this, some courtiers and Maulana started laughing.

Diwan Sucha Nand was embarrassed and said, "If you are set free, what will you do?" Karg?

Sahibzada said, "We will unite the Sikhs and fight against the tyranny of the Mughal Empire."

Hearing this, Diwan Sucha Nand said, "Nawab Sahib! "It's not okay to raise baby snakes, they will only grow up and rebel against the government, so it's fair to sentence them to death."

Then Nawab Sher Mohammad Khan of Malerkotla, who was present in the court, shouted, What is the crime of death penalty?

Towards him both Sahibzada were in fearless and rising art. There was no fear of death on his face.

Then Sirhind Wazir Khan consulted the Qazi. First the Qazi explained to the little princes, then intimidated.

He said, "Sons of Guru Gobind Singh! Your father has got into trouble by creating enmity with the Mughal Empire. Become a Muslim and enjoy yourself."

Sahibzada began to say- "O Qazi! God is with us, we are not afraid of Thine threats. We love our religion more than life itself. We are Singhs, not afraid of vultures at all. You are forcibly converting people to Islam, fear God, He is watching over all your deeds.

ਨਵਾਬ ਦੀ ਇਹ ਗੱਲ ਸੁਣ ਕੇ ਸਾਹਿਬਜ਼ਾਦਾ ਜ਼ੋਰਾਵਰ ਸਿੰਘ ਕਹਿਣ ਲੱਗਾ- "ਨਵਾਬ ! ਸਾਨੂੰ ਮੌਤ ਦਾ ਕੋਈ ਡਰ ਨਹੀਂ, ਅਸੀਂ ਧਰਮ ਦੇ ਰਾਖੇ ਗੁਰੂ ਤੇਗ ਬਹਾਦਰ ਦੇ ਪੋਤਰੇ ਹਾਂ, ਸਾਡੇ ਗੁਰੂ ਪਿਤਾ ਨੇ ਧਰਮ ਦੀ ਰੱਖਿਆ ਕਰਨਾ ਤੇ ਜ਼ਬਰ ਜ਼ੁਲਮ ਦੇ ਖਿਲਾਫ਼ ਲੜਨਾ ਸਿਖਾਇਆ ਹੈ, ਅਸੀਂ ਆਪਣੇ ਗੁਰੂਆਂ ਦੇ ਪੂਰਨਿਆਂ ਤੇ ਚੱਲਾਂਗੇ।"

ਇਹ ਸੁਣ ਕੇ ਦੀਵਾਨ ਸੁੱਚਾ ਨੰਦ ਨੇ ਕਿਹਾ- "ਬੱਚਿਓ ! ਤੁਹਾਡਾ ਪਿਤਾ ਜੰਗ ਵਿਚ ਮਾਰਿਆ ਗਿਆ ਹੈ, ਇਸ ਲਈ ਨਵਾਬ ਸਾਹਿਬ ਦਾ ਆਖਾ ਮੰਨ ਲਉ, ਜ਼ਿਦ ਨਾ ਕਰੋ।"

ਦੋਵੇਂ ਸਾਹਿਬਜ਼ਾਦੇ ਕੜਕ ਕੇ ਬੋਲੇ "ਓਏ ਮੂਰਖਾ ! ਸਾਡੇ ਗੁਰੂ ਪਿਤਾ ਨੂੰ ਮਾਰਨ ਵਾਲਾ ਅਜੇ ਤੱਕ ਕੋਈ ਜੰਮਿਆ ਨਹੀਂ, ਉਹ ਸਰਬ ਸਮਰੱਥ ਹਨ, ਉਹ ਤੁਹਾਡੇ ਜ਼ਬਰ-ਜ਼ੁਲਮ ਨੂੰ ਜ਼ਰੂਰ ਸਮਾਪਤ ਕਰਨਗੇ। ਤੂੰ ਹਿੰਦੂ ਹੋ ਕੇ ਮੁਗਲਾਂ ਦਾ ਸਾਥ ਦੇ ਰਿਹਾ ਹੈਂ, ਤੈਨੂੰ ਲੱਖ ਲਾਹਨਤ ਹੈ।"

ਇਹ ਸੁਣ ਕੇ ਕੁਝ ਦਰਬਾਰੀ ਤੇ ਮੌਲਾਣਾ ਹੱਸਣ ਲਗ ਪਏ।

ਦੀਵਾਨ ਸੁੱਚਾ ਨੰਦ ਸ਼ਰਮਿੰਦਾ ਹੋ ਕੇ ਕਹਿਣ ਲੱਗਾ- "ਜੇ ਤੁਹਾਨੂੰ ਆਜ਼ਾਦ ਕਰ ਦੇਈਏ ਤਾਂ ਤੁਸੀਂ ਕੀ ਕਰੋਗੇ?"

ਸਾਹਿਬਜ਼ਾਦੇ ਕਹਿਣ ਲੱਗੇ- "ਅਸੀਂ ਸਿੱਖਾਂ ਨੂੰ ਇਕੱਠਾ ਕਰਾਂਗੇ ਤੇ ਮੁਗਲ ਸਲਤਨਤ ਦੇ ਜ਼ੁਲਮ ਵਿਰੁੱਧ ਲੜਾਂਗੇ।"

ਇਹ ਸੁਣ ਕੇ ਦੀਵਾਨ ਸੁੱਚਾ ਨੰਦ ਕਹਿਣ ਲੱਗਾ - "ਨਵਾਬ ਸਾਹਿਬ ! ਸੱਪ ਦੇ ਬੱਚਿਆਂ ਨੂੰ ਪਾਲਣਾ ਠੀਕ ਨਹੀਂ, ਇਹ ਵੱਡੇ ਹੋ ਕੇ ਸਰਕਾਰ ਦੇ ਵਿਰੁੱਧ ਬਗਾਵਤ ਹੀ ਕਰਨਗੇ, ਇਸ ਲਈ ਇਨ੍ਹਾਂ ਨੂੰ ਮੌਤ ਦੀ ਸਜ਼ਾ ਦੇਣਾ ਉਚਿਤ ਹੈ।"

ਤਦ ਕਚਹਿਰੀ ਵਿਚ ਹਾਜ਼ਰ ਮਲੇਰਕੋਟਲੇ ਦੇ ਨਵਾਬ ਸ਼ੇਰ ਮੁਹੰਮਦ ਖ਼ਾਨ ਨੇ ਕੜਕ ਕੇ ਕਿਹਾ- "ਇਹ ਸਰਾਸਰ ਜ਼ੁਲਮ ਹੈ, ਖ਼ੁਦਾ ਤੋਂ ਖੌਫ ਖਾਓ। ਇਨ੍ਹਾਂ ਮਾਸੂਮਾਂ ਦਾ ਕੀ ਕਸੂਰ ਹੈ, ਤੁਹਾਡੀ ਲੜਾਈ ਸ੍ਰੀ ਗੁਰੂ ਗੋਬਿੰਦ ਸਿੰਘ ਜੀ ਨਾਲ ਹੈ, ਫਿਰ ਉਨ੍ਹਾਂ ਨਾਲ ਦੁਸ਼ਮਣੀ ਕਰਕੇ ਇਨ੍ਹਾਂ ਮਾਸੂਮ ਬੱਚਿਆਂ ਨੂੰ ਮੌਤ ਦੀ ਸਜ਼ਾ ਕਿਸ ਜ਼ੁਰਮ ਕਰਦੇ ਬਣਦੀ ਹੈ?"

ਉਸ ਵੇਲੇ ਦੋਵੇਂ ਸਾਹਿਬਜ਼ਾਦੇ ਬੇਖੌਫ ਤੇ ਚੜ੍ਹਦੀ ਕਲਾ ਵਿਚ ਸਨ। ਉਨ੍ਹਾਂ ਦੇ ਚਿਹਰੇ ਤੇ ਮੌਤ ਦਾ ਕੋਈ ਡਰ ਨਹੀਂ ਸੀ।

ਫਿਰ ਸੂਬਾ ਸਰਹਿੰਦ ਵਜ਼ੀਰ ਖਾਂ ਨੇ ਕਾਜ਼ੀ ਨਾਲ ਸਲਾਹ ਕੀਤੀ। ਪਹਿਲਾਂ ਕਾਜ਼ੀ ਨੇ ਛੋਟੇ ਸਾਹਿਬਜ਼ਾਦਿਆਂ ਨੂੰ ਸਮਝਾਇਆ, ਫਿਰ ਡਰਾਇਆ-ਧਮਕਾਇਆ।

ਉਹ ਕਹਿਣ ਲੱਗਾ- "ਗੁਰੂ ਗੋਬਿੰਦ ਸਿੰਘ ਦੇ ਪੁੱਤਰੋ ! ਤੁਹਾਡੇ ਪਿਤਾ ਨੇ ਮੁਗਲ ਸਲਤਨਤ ਨਾਲ ਦੁਸ਼ਮਣੀ ਪੈਦਾ ਕਰਕੇ ਮੁਸੀਬਤ ਗਲ ਪਾ ਲਈ ਹੈ। ਤੁਸੀਂ ਮੁਸਲਮਾਨ ਬਣ ਜਾਓ, ਤੇ ਮੌਜਾਂ ਮਾਣੋ।"

ਸਾਹਿਬਜ਼ਾਦੇ ਕਹਿਣ ਲੱਗੇ- "ਓ ਕਾਜ਼ੀਆ ! ਵਾਹਿਗੁਰੂ ਸਦਾ ਸਾਡੇ ਅੰਗ-ਸੰਗ ਹੈ, ਅਸੀਂ ਤੇਰੀਆਂ ਧਮਕੀਆਂ ਤੋਂ ਡਰਨ ਵਾਲੇ ਨਹੀਂ। ਸਾਨੂੰ ਆਪਣਾ ਧਰਮ ਜ਼ਿੰਦ-ਜਾਨ ਤੋਂ ਵੀ ਪਿਆਰਾ ਹੈ। ਅਸੀਂ ਸਿੰਘ ਹਾਂ, ਗਿਦੜਾਂ ਤੋਂ ਹਰਗਿਜ਼ ਡਰਨ ਵਾਲੇ ਨਹੀਂ। ਤੁਸੀਂ ਜ਼ਬਰਨ ਲੋਕਾਂ ਨੂੰ ਮੁਸਲਮਾਨ ਬਣਾ ਰਹੇ ਹੋ, ਵਾਹਿਗੁਰੂ ਤੋਂ ਖੌਫ ਖਾਓ, ਉਹ ਤੁਹਾਡੀਆਂ ਸਾਰੀਆਂ ਕਰਤੂਤਾਂ ਵੇਖ ਰਿਹਾ ਹੈ।"

He was shocked to hear this. Then the Qazi said angrily, "It would not be right to release these children of Nawab Sahib." They will again stand against the Mughal Empire. If they convert to Islam then release them or else they will be buried alive.

ਇਹ ਸੁਣ ਕੇ ਕਾਜ਼ੀ ਕ੍ਰੋਧਿਤ ਹੋ ਗਿਆ।
ਫਿਰ ਕਾਜ਼ੀ ਗੁੱਸੇ ਵਿਚ ਬੋਲਿਆ- "ਨਵਾਬ ਸਾਹਿਬ! ਇਨ੍ਹਾਂ ਬੱਚਿਆਂ ਨੂੰ ਅਜ਼ਾਦ ਕਰਨਾ ਠੀਕ ਨਹੀਂ ਹੋਵੇਗਾ। ਇਹ ਮੁੜ ਮੁਗ਼ਲ ਸਲਤਨਤ ਦੇ ਵਿਰੁੱਧ ਖੜ੍ਹੇ ਹੋਣਗੇ। ਜੇ ਇਹ ਇਸਲਾਮ ਧਰਮ ਕਬੂਲ ਕਰਦੇ ਨੇ ਤਾਂ ਇਨ੍ਹਾਂ ਨੂੰ ਰਿਹਾਅ ਕਰ ਦਿਉ ਨਹੀਂ ਤਾਂ ਇਨ੍ਹਾਂ ਨੂੰ ਜ਼ਿੰਦਾ ਨੀਹਾਂ ਵਿਚ ਚਿਣ ਦਿਉ।

Then Nawab Wazir Khan said, "The children of snakes will one day sting, so it would be better to punish them with death."

The Nawab then instructed the officials to arrange for the executioners to kill the children. When the younger Sahibzada returned to Mata Gujri, he told the whole story. Mata ji talked to her beloved grandchildren and said, "I am sorry for you, you have taken care of the Guru's house." 2

The next day the little princes were brought back to the court. The Nawab asked, "Children! Accept the deen, we will set you free. " Mahibzada was standing happy at that time. He started saying fearlessly - "Nawab! We would like to talk about death but we will not give up our religion."

Hearing this, the Nawab turned red with anger. At that time the royal executioners Shashal Beg and Bashal Beg were present in the court. The Nawab said that they should be handed over to death.

Then the two princes were brought to the place where the wall was being built. Nawab Wazir Khan, Qazi and both the executioners were present.

The Qazi said, "Children, do not lose your life, accept Islam."

The younger Sahibzada began to say, "Qazi! Now the tyranny of the Mughal Empire has come to an end. We have no fear of death, we will not abandon our religion."

Nawab Wazir Khan, the Qazi, the executioner and others were astonished to hear this. Then both the sons started reciting Jap Ji Sahib.

Then the masonry of the wall began. There were tears in the eyes of the people who saw this "What kind of cruelty is Allah, what have these innocent people done wrong?" Brick with brick is knocking.

ਫਿਰ ਨਵਾਬ ਵਜ਼ੀਰ ਖਾਂ ਨੇ ਕਿਹਾ– "ਸੱਪ ਦੇ ਬੱਚੇ ਇਕ ਦਿਨ ਜ਼ਰੂਰ ਡੰਗ ਮਾਰਨਗੇ, ਇਸ ਲਈ ਇਨ੍ਹਾਂ ਨੂੰ ਮੌਤ ਦੀ ਸਜ਼ਾ ਦੇਣਾ ਹੀ ਠੀਕ ਰਹੇਗਾ।"

ਫਿਰ ਨਵਾਬ ਨੇ ਅਹਿਲਕਾਰਾਂ ਨੂੰ ਹਿਦਾਇਤ ਕੀਤੀ ਕਿ ਇਨ੍ਹਾਂ ਬੱਚਿਆਂ ਨੂੰ ਕਤਲ ਕਰਨ ਲਈ ਜੱਲਾਦਾਂ ਦਾ ਪ੍ਰਬੰਧ ਕਰੋ।

ਜਦ ਛੋਟੇ ਸਾਹਿਬਜ਼ਾਦੇ ਮੁੜ ਮਾਤਾ ਗੁਜਰੀ ਕੋਲ ਆਏ ਤਾਂ ਉਨ੍ਹਾਂ ਸਾਰੀ ਗੱਲ ਕਹਿ ਸੁਣਾਈ। ਮਾਤਾ ਜੀ ਨੇ ਆਪਣੇ ਪਿਆਰੇ ਪੋਤਿਆਂ ਨੂੰ ਗੱਲ ਨਾਲ ਲਾ ਲਿਆ ਤੇ ਕਹਿਣ ਲੱਗੇ– "ਮੈਨੂੰ ਤੁਹਾਡੇ ਉੱਪਰ ਫਖਰ ਹੈ, ਤੁਸੀ ਗੁਰੂ-ਘਰ ਦੀ ਲਾਜ ਰੱਖ ਲਈ ਹੈ।"

ਅਗਲੇ ਦਿਨ ਛੋਟੇ ਸਾਹਿਬਜਾਦਿਆਂ ਨੂੰ ਮੁੜ ਕਚਹਿਰੀ ਵਿਚ ਲਿਆਂਦਾ ਗਿਆ। ਨਵਾਬ ਨੇ ਪੁੱਛਿਆ– "ਬੱਚਿਓ! ਦੀਨ ਕਬੂਲ ਕਰ ਲਉ, ਅਸੀਂ ਤੁਹਾਨੂੰ ਮੁਕਤ ਕਰ ਦਿਆਂਗੇ।" ਸਾਹਿਬਜ਼ਾਦੇ ਉਸ ਵੇਲੇ ਪ੍ਰਸੰਨਚਿਤ ਖੜ੍ਹੇ ਸਨ। ਉਹ ਬੇਖੌਫ ਹੋ ਕੇ ਕਹਿਣ ਲੱਗੇ– "ਨਵਾਬ! ਅਸੀਂ ਮੌਤ ਨੂੰ ਗੱਲ ਲਾਉਣਾ ਪਸੰਦ ਕਰਾਂਗੇ ਪਰ ਆਪਣਾ ਧਰਮ ਨਹੀਂ ਛੱਡਾਂਗੇ।"

ਇਹ ਸੁਣ ਕੇ ਨਵਾਬ ਗੁੱਸੇ ਨਾਲ ਲਾਲ ਪੀਲਾ ਹੋ ਗਿਆ। ਉਸ ਵੇਲੇ ਸ਼ਾਹੀ ਜੱਲਾਦ ਸ਼ਾਸ਼ਲ ਬੇਗ ਤੇ ਬਾਸ਼ਲ ਬੇਗ ਕਚਹਿਰੀ ਵਿਚ ਮੌਜੂਦ ਸਨ। ਨਵਾਬ ਨੇ ਕਿਹਾ ਕਿ ਇਨ੍ਹਾਂ ਨੂੰ ਮੌਤ ਦੇ ਹਵਾਲੇ ਕਰ ਦਿਉ।

ਫਿਰ ਦੋਵੇਂ ਸਾਹਿਬਜ਼ਾਦਿਆਂ ਨੂੰ ਉਸ ਥਾਂ ਲਿਆਇਆ ਗਿਆ, ਜਿਥੇ ਦੀਵਾਰ ਉਸਾਰੀ ਜਾ ਰਹੀ ਸੀ। ਨਵਾਬ ਵਜ਼ੀਰ ਖਾਂ, ਕਾਜ਼ੀ ਤੇ ਦੋਵੇਂ ਜੱਲਾਦ ਉੱਥੇ ਹਾਜ਼ਰ ਸਨ।

ਕਾਜ਼ੀ ਕਹਿਣ ਲੱਗਾ– "ਬੱਚਿਓ! ਆਪਣੀਆਂ ਜ਼ਿੰਦਾਂ ਨਾ ਗੁਆਓ, ਇਸਲਾਮ ਧਰਮ ਕਬੂਲ ਕਰ ਲਉ।"

ਛੋਟੇ ਸਾਹਿਬਜ਼ਾਦੇ ਕਹਿਣ ਲੱਗੇ– "ਕਾਜ਼ੀ! ਹੁਣ ਮੁਗਲ ਸਲਤਨਤ ਦੇ ਜ਼ੁਲਮ ਦਾ ਖਾਤਮਾ ਨੇੜੇ ਆ ਗਿਆ ਹੈ, ਸਾਨੂੰ ਮੌਤ ਦਾ ਕੋਈ ਖੌਫ ਨਹੀਂ, ਅਸੀਂ ਆਪਣਾ ਧਰਮ ਨਹੀਂ ਤਿਆਗਣਾ।"

ਇਹ ਸੁਣ ਕੇ ਨਵਾਬ ਵਜ਼ੀਰ ਖਾਂ, ਕਾਜ਼ੀ, ਜੱਲਾਦ ਤੇ ਹੋਰ ਲੋਕ ਬੜੇ ਹੈਰਾਨ ਹੋਏ। ਫਿਰ ਦੋਵੇਂ ਸਾਹਿਬਜ਼ਾਦੇ ਜਪੁ ਜੀ ਸਾਹਿਬ ਦਾ ਪਾਠ ਕਰਨ ਲੱਗੇ।

ਫਿਰ ਦੀਵਾਰ ਦੀ ਚਿਣਾਈ ਸ਼ੁਰੂ ਕਰ ਦਿੱਤੀ ਗਈ। ਇਹ ਵੇਖ ਕੇ ਲੋਕਾਂ ਦੀਆਂ ਅੱਖਾਂ ਵਿਚ ਹੰਝੂ ਭਰ ਗਏ। ਕੁਝ ਲੋਕ ਇਉਂ ਕਹਿ ਰਹੇ ਸਨ–

"ਯਾ ਅੱਲ੍ਹਾ! ਕਿੱਡਾ ਜ਼ੁਲਮ ਹੈ, ਇਨ੍ਹਾਂ ਮਾਸੂਮਾਂ ਨੇ ਕੀ ਵਿਗਾੜਿਆ ਐ?"

"ਸੰਸਾਰ ਵਿਚ ਅਜਿਹਾ ਕਹਿਰ ਕਦੇ ਨਹੀਂ ਹੋਇਆ, ਹੁਣ ਮੁਗਲਾਂ ਦਾ ਅੰਤ ਆ ਗਿਆ ਹੈ।"

"ਜ਼ਾਲਮ ਵਜ਼ੀਰ ਖਾਂ ਰੱਬ ਦੀ ਕਚਹਿਰੀ ਵਿਚ ਕੀ ਜਵਾਬ ਦੇਵੇਗਾ?"

"ਹੁਣ ਲਗਦਾ ਹੈ ਸਰਹਿੰਦ ਦੀ ਇੱਟ ਨਾਲ ਇੱਟ ਖੜਕਣ ਵਾਲੀ ਹੈ।"

Then slowly the walls began to rise. After a while, both the Sahibzada fainted. Seeing this, the Mughals also became frightened. When the wall collapsed, the unconscious Sahibzada was laid to rest on the ground and was martyred on 13 Poh Sammat 1761. When the mother .When Gujri Ji got the news of the martyrdom of the younger Sahibzada, he too gave up his breath
Given.

ਫਿਰ ਹੌਲੀ-ਹੌਲੀ ਦੀਵਾਰਾਂ ਉੱਚੀਆਂ ਹੋ ਗਈਆਂ। ਕੁਝ ਦੇਰ ਬਾਅਦ ਦੋਵੇਂ ਸਾਹਿਬਜ਼ਾਦੇ ਬੇਹੋਸ਼ ਹੋ ਗਏ। ਇਹ ਵੇਖ ਕੇ ਮੁਗ਼ਲ ਵੀ ਘਾਬਰ ਗਏ। ਜਦ ਦੀਵਾਰ ਡਿੱਗ ਪਈ ਤਾਂ ਬੇਹੋਸ਼ ਹੋਏ ਸਾਹਿਬਜ਼ਾਦਿਆਂ ਨੂੰ ਧਰਤੀ ਤੇ ਲਿਟਾ ਦਿੱਤਾ ਗਿਆ ਤੇ 13 ਪੋਹ ਸੰਮਤ 1761 ਨੂੰ ਸ਼ਹੀਦ ਕਰ ਦਿੱਤਾ ਗਿਆ। ਜਦ ਮਾਤਾ ਗੁਜਰੀ ਜੀ ਨੂੰ ਛੋਟੇ ਸਾਹਿਬਜ਼ਾਦਿਆਂ ਦੀ ਸ਼ਹੀਦੀ ਦੀ ਖ਼ਬਰ ਮਿਲੀ ਤਾਂ ਉਨ੍ਹਾਂ ਨੇ ਵੀ ਸੁਆਸ ਤਿਆਗ ਦਿੱਤੇ।

The next day, Nawab Wazir Khane, accompanied by Todar, a jeweler from Sirhind, appeared at the court and asked the Nawab for a place for the cremation of the younger Sahibzada and Mata Gujri. Nawab Wazir Khan began to say - "Todar Mal! You can take as much space as you need by spreading the seals. Then Mal spread the value of the land by spreading gold seals. Gurdwara Jyoti Saroop now exists at that place. At that time Sahib Sri Guru Gobind Singh Ji was in Raikot.

ਅਗਲੇ ਦਿਨ ਸਰਹਿੰਦ ਦਾ ਜੌਹਰੀ ਟੇਡਰ ਨਾਲ ਨਵਾਬ ਵਜ਼ੀਰ ਖਾਂ ਦੇ ਦਰਬਾਰ ਵਿਚ ਹਾਜ਼ਰ ਹੋਇਆ ਤੇ ਉਸਨੇ ਨਵਾਬ ਕੋਲੋਂ ਛੋਟੇ ਸਾਹਿਬਜ਼ਾਦਿਆਂ ਤੇ ਮਾਤਾ ਗੁਜਰੀ ਜੀ ਦੇ ਸਸਕਾਰ ਵਾਸਤੇ ਜਗ੍ਹਾ ਮੰਗੀ।

ਨਵਾਬ ਵਜ਼ੀਰ ਖਾਂ ਕਹਿਣ ਲੱਗਾ– "ਟੇਡਰ ਮਲ ! ਤੈਨੂੰ ਜਿੰਨੀ ਥਾਂ ਚਾਹੀਦੀ ਹੈ, ਉਨੀ ਥਾਂ ਤੂੰ ਮੋਹਰਾਂ ਵਿਛਾ ਕੇ ਲੈ ਸਕਦਾ ਹੈਂ। ਫਿਰ ਟੇਡਰ ਮਲ ਨੇ ਸੋਨੇ ਦੀਆਂ ਮੋਹਰਾਂ ਵਿਛਾ ਕੇ ਜ਼ਮੀਨ ਦਾ ਮੁੱਲ ਤਾਰ ਦਿੱਤਾ। ਹੁਣ ਉਸ ਜਗ੍ਹਾ ਤੇ ਗੁਰਦੁਆਰਾ ਜੋਤੀ ਸਰੂਪ ਮੌਜੂਦ ਹੈ।

ਉਸ ਸਮੇਂ ਸਾਹਿਬ ਸ੍ਰੀ ਗੁਰੂ ਗੋਬਿੰਦ ਸਿੰਘ ਜੀ ਰਾਇਕੋਟ ਸਨ, ਜਦ ਉਨ੍ਹਾਂ ਨੂੰ ਛੋਟੇ ਸਾਹਿਬਜ਼ਾਦਿਆਂ ਦੀ ਸ਼ਹੀਦੀ ਬਾਬਤ ਪਤਾ ਲੱਗਾ ਤਾਂ ਉਹ ਤੀਰ ਦੀ ਨੋਕ ਨਾਲ ਕਾਹੀ ਦੇ ਬੂਟੇ ਨੂੰ ਪੁੱਟ ਕੇ ਜਲਾਲ ਵਿਚ ਕਹਿਣ ਲੱਗੇ– "ਮੁਗਲ ਸਲਤਨਤ ਦੀ ਹੁਣ ਜੜ੍ਹ ਪੁੱਟ ਚੁੱਕੀ ਹੈ।"

PRACTICE AND NOTES

PRACTICE AND NOTES

PRACTICE AND NOTES

PRACTICE AND NOTES

PRACTICE AND NOTES

PRACTICE AND NOTES

PRACTICE AND NOTES

PRACTICE AND NOTES

PRACTICE AND NOTES

PRACTICE AND NOTES

PRACTICE AND NOTES

PRACTICE AND NOTES

PRACTICE AND NOTES

PRACTICE AND NOTES

PRACTICE AND NOTES

PRACTICE AND NOTES

PRACTICE AND NOTES

PRACTICE AND NOTES

PRACTICE AND NOTES

PRACTICE AND NOTES

PRACTICE AND NOTES

PRACTICE AND NOTES

PRACTICE AND NOTES

PRACTICE AND NOTES

PRACTICE AND NOTES